THIS BOOK BELONGS TO:

YEAR	MAKE	MODEL

Date	ODOMETRE		TOTAL MILEAGE	NOTES
	START	END		
.... / .... /				
.... / .... /				
.... / .... /				
.... / .... /				
.... / .... /				
.... / .... /				
.... / .... /				
.... / .... /				
.... / .... /				
.... / .... /				
.... / .... /				
.... / .... /				
.... / .... /				
.... / .... /				
.... / .... /				
.... / .... /				
.... / .... /				
.... / .... /				
.... / .... /				
.... / .... /				
.... / .... /				
.... / .... /				
.... / .... /				
.... / .... /				
TOTAL				

YEAR	MAKE	MODEL

Date	ODOMETRE		TOTAL MILEAGE	NOTES
	START	END		
.... /.... /				
.... /.... /				
.... /.... /				
.... /.... /				
.... /.... /				
.... /.... /				
.... /.... /				
.... /.... /				
.... /.... /				
.... /.... /				
.... /.... /				
.... /.... /				
.... /.... /				
.... /.... /				
.... /.... /				
.... /.... /				
.... /.... /				
.... /.... /				
.... /.... /				
.... /.... /				
.... /.... /				
.... /.... /				
.... /.... /				
.... /.... /				
.... /.... /				
TOTAL				

YEAR	MAKE	MODEL

Date	ODOMETRE		TOTAL MILEAGE	NOTES
	START	END		
.... /.... /				
.... /.... /				
.... /.... /				
.... /.... /				
.... /.... /				
.... /.... /				
.... /.... /				
.... /.... /				
.... /.... /				
.... /.... /				
.... /.... /				
.... /.... /				
.... /.... /				
.... /.... /				
.... /.... /				
.... /.... /				
.... /.... /				
.... /.... /				
.... /.... /				
.... /.... /				
.... /.... /				
.... /.... /				
.... /.... /				
.... /.... /				
TOTAL				

YEAR	MAKE	MODEL

Date	ODOMETRE		TOTAL MILEAGE	NOTES
	START	END		
.... /.... /				
.... /.... /				
.... /.... /				
.... /.... /				
.... /.... /				
.... /.... /				
.... /.... /				
.... /.... /				
.... /.... /				
.... /.... /				
.... /.... /				
.... /.... /				
.... /.... /				
.... /.... /				
.... /.... /				
.... /.... /				
.... /.... /				
.... /.... /				
.... /.... /				
.... /.... /				
.... /.... /				
.... /.... /				
.... /.... /				
.... /.... /				
TOTAL				

YEAR	MAKE	MODEL

Date	ODOMETRE		TOTAL MILEAGE	NOTES
	START	END		
…. /…. / ……				
…. /…. / ……				
…. /…. / ……				
…. /…. / ……				
…. /…. / ……				
…. /…. / ……				
…. /…. / ……				
…. /…. / ……				
…. /…. / ……				
…. /…. / ……				
…. /…. / ……				
…. /…. / ……				
…. /…. / ……				
…. /…. / ……				
…. /…. / ……				
…. /…. / ……				
…. /…. / ……				
…. /…. / ……				
…. /…. / ……				
…. /…. / ……				
…. /…. / ……				
…. /…. / ……				
…. /…. / ……				
…. /…. / ……				
…. /…. / ……				
TOTAL				

YEAR	MAKE	MODEL

Date	ODOMETRE		TOTAL MILEAGE	NOTES
	START	END		
.... / .... /				
.... / .... /				
.... / .... /				
.... / .... /				
.... / .... /				
.... / .... /				
.... / .... /				
.... / .... /				
.... / .... /				
.... / .... /				
.... / .... /				
.... / .... /				
.... / .... /				
.... / .... /				
.... / .... /				
.... / .... /				
.... / .... /				
.... / .... /				
.... / .... /				
.... / .... /				
.... / .... /				
.... / .... /				
.... / .... /				
.... / .... /				
TOTAL				

YEAR	MAKE	MODEL

Date	ODOMETRE		TOTAL MILEAGE	NOTES
	START	END		
.... /.... /				
.... /.... /				
.... /.... /				
.... /.... /				
.... /.... /				
.... /.... /				
.... /.... /				
.... /.... /				
.... /.... /				
.... /.... /				
.... /.... /				
.... /.... /				
.... /.... /				
.... /.... /				
.... /.... /				
.... /.... /				
.... /.... /				
.... /.... /				
.... /.... /				
.... /.... /				
.... /.... /				
.... /.... /				
.... /.... /				
.... /.... /				
TOTAL				

YEAR	MAKE	MODEL

Date	ODOMETRE		TOTAL MILEAGE	NOTES
	START	END		
.... /.... /				
.... /.... /				
.... /.... /				
.... /.... /				
.... /.... /				
.... /.... /				
.... /.... /				
.... /.... /				
.... /.... /				
.... /.... /				
.... /.... /				
.... /.... /				
.... /.... /				
.... /.... /				
.... /.... /				
.... /.... /				
.... /.... /				
.... /.... /				
.... /.... /				
.... /.... /				
.... /.... /				
.... /.... /				
.... /.... /				
.... /.... /				
.... /.... /				
TOTAL				

YEAR	MAKE	MODEL

Date	ODOMETRE		TOTAL MILEAGE	NOTES
	START	END		
.... / .... /				
.... / .... /				
.... / .... /				
.... / .... /				
.... / .... /				
.... / .... /				
.... / .... /				
.... / .... /				
.... / .... /				
.... / .... /				
.... / .... /				
.... / .... /				
.... / .... /				
.... / .... /				
.... / .... /				
.... / .... /				
.... / .... /				
.... / .... /				
.... / .... /				
.... / .... /				
.... / .... /				
.... / .... /				
.... / .... /				
.... / .... /				
TOTAL				

YEAR	MAKE	MODEL

Date	ODOMETRE		TOTAL MILEAGE	NOTES
	START	END		
.... / .... /				
.... / .... /				
.... / .... /				
.... / .... /				
.... / .... /				
.... / .... /				
.... / .... /				
.... / .... /				
.... / .... /				
.... / .... /				
.... / .... /				
.... / .... /				
.... / .... /				
.... / .... /				
.... / .... /				
.... / .... /				
.... / .... /				
.... / .... /				
.... / .... /				
.... / .... /				
.... / .... /				
.... / .... /				
.... / .... /				
.... / .... /				
TOTAL				

YEAR	MAKE	MODEL

Date	ODOMETRE		TOTAL MILEAGE	NOTES
	START	END		
.... /.... /				
.... /.... /				
.... /.... /				
.... /.... /				
.... /.... /				
.... /.... /				
.... /.... /				
.... /.... /				
.... /.... /				
.... /.... /				
.... /.... /				
.... /.... /				
.... /.... /				
.... /.... /				
.... /.... /				
.... /.... /				
.... /.... /				
.... /.... /				
.... /.... /				
.... /.... /				
.... /.... /				
.... /.... /				
.... /.... /				
TOTAL				

YEAR	MAKE	MODEL

Date	ODOMETRE		TOTAL MILEAGE	NOTES
	START	END		
.... / .... /				
.... / .... /				
.... / .... /				
.... / .... /				
.... / .... /				
.... / .... /				
.... / .... /				
.... / .... /				
.... / .... /				
.... / .... /				
.... / .... /				
.... / .... /				
.... / .... /				
.... / .... /				
.... / .... /				
.... / .... /				
.... / .... /				
.... / .... /				
.... / .... /				
.... / .... /				
.... / .... /				
.... / .... /				
.... / .... /				
.... / .... /				
TOTAL				

YEAR	MAKE	MODEL

Date	ODOMETRE		TOTAL MILEAGE	NOTES
	START	END		
.... /.... /				
.... /.... /				
.... /.... /				
.... /.... /				
.... /.... /				
.... /.... /				
.... /.... /				
.... /.... /				
.... /.... /				
.... /.... /				
.... /.... /				
.... /.... /				
.... /.... /				
.... /.... /				
.... /.... /				
.... /.... /				
.... /.... /				
.... /.... /				
.... /.... /				
.... /.... /				
.... /.... /				
.... /.... /				
.... /.... /				
.... /.... /				
TOTAL				

YEAR	MAKE	MODEL

Date	ODOMETRE		TOTAL MILEAGE	NOTES
	START	END		
.... /.... /				
.... /.... /				
.... /.... /				
.... /.... /				
.... /.... /				
.... /.... /				
.... /.... /				
.... /.... /				
.... /.... /				
.... /.... /				
.... /.... /				
.... /.... /				
.... /.... /				
.... /.... /				
.... /.... /				
.... /.... /				
.... /.... /				
.... /.... /				
.... /.... /				
.... /.... /				
.... /.... /				
.... /.... /				
.... /.... /				
.... /.... /				
TOTAL				

YEAR	MAKE	MODEL

Date	ODOMETRE		TOTAL MILEAGE	NOTES
	START	END		
.... / .... /				
.... / .... /				
.... / .... /				
.... / .... /				
.... / .... /				
.... / .... /				
.... / .... /				
.... / .... /				
.... / .... /				
.... / .... /				
.... / .... /				
.... / .... /				
.... / .... /				
.... / .... /				
.... / .... /				
.... / .... /				
.... / .... /				
.... / .... /				
.... / .... /				
.... / .... /				
.... / .... /				
.... / .... /				
.... / .... /				
TOTAL				

YEAR	MAKE	MODEL

Date	ODOMETRE		TOTAL MILEAGE	NOTES
	START	END		
.... / .... /				
.... / .... /				
.... / .... /				
.... / .... /				
.... / .... /				
.... / .... /				
.... / .... /				
.... / .... /				
.... / .... /				
.... / .... /				
.... / .... /				
.... / .... /				
.... / .... /				
.... / .... /				
.... / .... /				
.... / .... /				
.... / .... /				
.... / .... /				
.... / .... /				
.... / .... /				
.... / .... /				
.... / .... /				
.... / .... /				
.... / .... /				
TOTAL				

YEAR	MAKE	MODEL

Date	ODOMETRE		TOTAL MILEAGE	NOTES
	START	END		
.... /.... /				
.... /.... /				
.... /.... /				
.... /.... /				
.... /.... /				
.... /.... /				
.... /.... /				
.... /.... /				
.... /.... /				
.... /.... /				
.... /.... /				
.... /.... /				
.... /.... /				
.... /.... /				
.... /.... /				
.... /.... /				
.... /.... /				
.... /.... /				
.... /.... /				
.... /.... /				
.... /.... /				
.... /.... /				
.... /.... /				
.... /.... /				
TOTAL				

YEAR	MAKE	MODEL

Date	ODOMETRE		TOTAL MILEAGE	NOTES
	START	END		
.... /.... /				
.... /.... /				
.... /.... /				
.... /.... /				
.... /.... /				
.... /.... /				
.... /.... /				
.... /.... /				
.... /.... /				
.... /.... /				
.... /.... /				
.... /.... /				
.... /.... /				
.... /.... /				
.... /.... /				
.... /.... /				
.... /.... /				
.... /.... /				
.... /.... /				
.... /.... /				
.... /.... /				
.... /.... /				
.... /.... /				
.... /.... /				
TOTAL				

YEAR	MAKE	MODEL

Date	ODOMETRE		TOTAL MILEAGE	NOTES
	START	END		
.... /.... /				
.... /.... /				
.... /.... /				
.... /.... /				
.... /.... /				
.... /.... /				
.... /.... /				
.... /.... /				
.... /.... /				
.... /.... /				
.... /.... /				
.... /.... /				
.... /.... /				
.... /.... /				
.... /.... /				
.... /.... /				
.... /.... /				
.... /.... /				
.... /.... /				
.... /.... /				
.... /.... /				
.... /.... /				
.... /.... /				
.... /.... /				
TOTAL				

YEAR	MAKE	MODEL

Date	ODOMETRE		TOTAL MILEAGE	NOTES
	START	END		
.... /.... /				
.... /.... /				
.... /.... /				
.... /.... /				
.... /.... /				
.... /.... /				
.... /.... /				
.... /.... /				
.... /.... /				
.... /.... /				
.... /.... /				
.... /.... /				
.... /.... /				
.... /.... /				
.... /.... /				
.... /.... /				
.... /.... /				
.... /.... /				
.... /.... /				
.... /.... /				
.... /.... /				
.... /.... /				
.... /.... /				
.... /.... /				
TOTAL				

YEAR	MAKE	MODEL

Date	ODOMETRE		TOTAL MILEAGE	NOTES
	START	END		
.... /.... /				
.... /.... /				
.... /.... /				
.... /.... /				
.... /.... /				
.... /.... /				
.... /.... /				
.... /.... /				
.... /.... /				
.... /.... /				
.... /.... /				
.... /.... /				
.... /.... /				
.... /.... /				
.... /.... /				
.... /.... /				
.... /.... /				
.... /.... /				
.... /.... /				
.... /.... /				
.... /.... /				
.... /.... /				
.... /.... /				
TOTAL				

YEAR	MAKE	MODEL

Date	ODOMETRE		TOTAL MILEAGE	NOTES
	START	END		
.... /.... /				
.... /.... /				
.... /.... /				
.... /.... /				
.... /.... /				
.... /.... /				
.... /.... /				
.... /.... /				
.... /.... /				
.... /.... /				
.... /.... /				
.... /.... /				
.... /.... /				
.... /.... /				
.... /.... /				
.... /.... /				
.... /.... /				
.... /.... /				
.... /.... /				
.... /.... /				
.... /.... /				
.... /.... /				
.... /.... /				
.... /.... /				
TOTAL				

YEAR	MAKE	MODEL

Date	ODOMETRE		TOTAL MILEAGE	NOTES
	START	END		
.... / .... /				
.... / .... /				
.... / .... /				
.... / .... /				
.... / .... /				
.... / .... /				
.... / .... /				
.... / .... /				
.... / .... /				
.... / .... /				
.... / .... /				
.... / .... /				
.... / .... /				
.... / .... /				
.... / .... /				
.... / .... /				
.... / .... /				
.... / .... /				
.... / .... /				
.... / .... /				
.... / .... /				
.... / .... /				
.... / .... /				
.... / .... /				
TOTAL				

YEAR	MAKE	MODEL

Date	ODOMETRE		TOTAL MILEAGE	NOTES
	START	END		
.... /.... /				
.... /.... /				
.... /.... /				
.... /.... /				
.... /.... /				
.... /.... /				
.... /.... /				
.... /.... /				
.... /.... /				
.... /.... /				
.... /.... /				
.... /.... /				
.... /.... /				
.... /.... /				
.... /.... /				
.... /.... /				
.... /.... /				
.... /.... /				
.... /.... /				
.... /.... /				
.... /.... /				
.... /.... /				
.... /.... /				
TOTAL				

YEAR	MAKE	MODEL

Date	ODOMETRE		TOTAL MILEAGE	NOTES
	START	END		
.... /.... /				
.... /.... /				
.... /.... /				
.... /.... /				
.... /.... /				
.... /.... /				
.... /.... /				
.... /.... /				
.... /.... /				
.... /.... /				
.... /.... /				
.... /.... /				
.... /.... /				
.... /.... /				
.... /.... /				
.... /.... /				
.... /.... /				
.... /.... /				
.... /.... /				
.... /.... /				
.... /.... /				
.... /.... /				
.... /.... /				
.... /.... /				
TOTAL				

YEAR	MAKE	MODEL

Date	ODOMETRE		TOTAL MILEAGE	NOTES
	START	END		
.... /.... /				
.... /.... /				
.... /.... /				
.... /.... /				
.... /.... /				
.... /.... /				
.... /.... /				
.... /.... /				
.... /.... /				
.... /.... /				
.... /.... /				
.... /.... /				
.... /.... /				
.... /.... /				
.... /.... /				
.... /.... /				
.... /.... /				
.... /.... /				
.... /.... /				
.... /.... /				
.... /.... /				
.... /.... /				
.... /.... /				
.... /.... /				
TOTAL				

YEAR	MAKE	MODEL

Date	ODOMETRE		TOTAL MILEAGE	NOTES
	START	END		
.... /.... /				
.... /.... /				
.... /.... /				
.... /.... /				
.... /.... /				
.... /.... /				
.... /.... /				
.... /.... /				
.... /.... /				
.... /.... /				
.... /.... /				
.... /.... /				
.... /.... /				
.... /.... /				
.... /.... /				
.... /.... /				
.... /.... /				
.... /.... /				
.... /.... /				
.... /.... /				
.... /.... /				
.... /.... /				
.... /.... /				
.... /.... /				
TOTAL				

YEAR	MAKE	MODEL

Date	ODOMETRE		TOTAL MILEAGE	NOTES
	START	END		
.... /.... /				
.... /.... /				
.... /.... /				
.... /.... /				
.... /.... /				
.... /.... /				
.... /.... /				
.... /.... /				
.... /.... /				
.... /.... /				
.... /.... /				
.... /.... /				
.... /.... /				
.... /.... /				
.... /.... /				
.... /.... /				
.... /.... /				
.... /.... /				
.... /.... /				
.... /.... /				
.... /.... /				
.... /.... /				
.... /.... /				
TOTAL				

YEAR	MAKE	MODEL

Date	ODOMETRE		TOTAL MILEAGE	NOTES
	START	END		
.... / .... /				
.... / .... /				
.... / .... /				
.... / .... /				
.... / .... /				
.... / .... /				
.... / .... /				
.... / .... /				
.... / .... /				
.... / .... /				
.... / .... /				
.... / .... /				
.... / .... /				
.... / .... /				
.... / .... /				
.... / .... /				
.... / .... /				
.... / .... /				
.... / .... /				
.... / .... /				
.... / .... /				
.... / .... /				
.... / .... /				
.... / .... /				
TOTAL				

YEAR	MAKE	MODEL

Date	ODOMETRE		TOTAL MILEAGE	NOTES
	START	END		
.... / .... /				
.... / .... /				
.... / .... /				
.... / .... /				
.... / .... /				
.... / .... /				
.... / .... /				
.... / .... /				
.... / .... /				
.... / .... /				
.... / .... /				
.... / .... /				
.... / .... /				
.... / .... /				
.... / .... /				
.... / .... /				
.... / .... /				
.... / .... /				
.... / .... /				
.... / .... /				
.... / .... /				
.... / .... /				
.... / .... /				
.... / .... /				
.... / .... /				
TOTAL				

YEAR	MAKE	MODEL

Date	ODOMETRE		TOTAL MILEAGE	NOTES
	START	END		
.... /.... /				
.... /.... /				
.... /.... /				
.... /.... /				
.... /.... /				
.... /.... /				
.... /.... /				
.... /.... /				
.... /.... /				
.... /.... /				
.... /.... /				
.... /.... /				
.... /.... /				
.... /.... /				
.... /.... /				
.... /.... /				
.... /.... /				
.... /.... /				
.... /.... /				
.... /.... /				
.... /.... /				
.... /.... /				
.... /.... /				
TOTAL				

YEAR	MAKE	MODEL

Date	ODOMETRE		TOTAL MILEAGE	NOTES
	START	END		
..../..../......				
..../..../......				
..../..../......				
..../..../......				
..../..../......				
..../..../......				
..../..../......				
..../..../......				
..../..../......				
..../..../......				
..../..../......				
..../..../......				
..../..../......				
..../..../......				
..../..../......				
..../..../......				
..../..../......				
..../..../......				
..../..../......				
..../..../......				
..../..../......				
..../..../......				
..../..../......				
..../..../......				
TOTAL				

YEAR	MAKE	MODEL

Date	ODOMETRE		TOTAL MILEAGE	NOTES
	START	END		
.... /.... /				
.... /.... /				
.... /.... /				
.... /.... /				
.... /.... /				
.... /.... /				
.... /.... /				
.... /.... /				
.... /.... /				
.... /.... /				
.... /.... /				
.... /.... /				
.... /.... /				
.... /.... /				
.... /.... /				
.... /.... /				
.... /.... /				
.... /.... /				
.... /.... /				
.... /.... /				
.... /.... /				
.... /.... /				
.... /.... /				
.... /.... /				
TOTAL				

YEAR	MAKE	MODEL

Date	ODOMETRE		TOTAL MILEAGE	NOTES
	START	END		
.... / .... /				
.... / .... /				
.... / .... /				
.... / .... /				
.... / .... /				
.... / .... /				
.... / .... /				
.... / .... /				
.... / .... /				
.... / .... /				
.... / .... /				
.... / .... /				
.... / .... /				
.... / .... /				
.... / .... /				
.... / .... /				
.... / .... /				
.... / .... /				
.... / .... /				
.... / .... /				
.... / .... /				
.... / .... /				
.... / .... /				
.... / .... /				
TOTAL				

YEAR	MAKE	MODEL

Date	ODOMETRE		TOTAL MILEAGE	NOTES
	START	END		
.... /.... /				
.... /.... /				
.... /.... /				
.... /.... /				
.... /.... /				
.... /.... /				
.... /.... /				
.... /.... /				
.... /.... /				
.... /.... /				
.... /.... /				
.... /.... /				
.... /.... /				
.... /.... /				
.... /.... /				
.... /.... /				
.... /.... /				
.... /.... /				
.... /.... /				
.... /.... /				
.... /.... /				
.... /.... /				
.... /.... /				
.... /.... /				
TOTAL				

YEAR	MAKE	MODEL

Date	ODOMETRE		TOTAL MILEAGE	NOTES
	START	END		
.... /.... /				
.... /.... /				
.... /.... /				
.... /.... /				
.... /.... /				
.... /.... /				
.... /.... /				
.... /.... /				
.... /.... /				
.... /.... /				
.... /.... /				
.... /.... /				
.... /.... /				
.... /.... /				
.... /.... /				
.... /.... /				
.... /.... /				
.... /.... /				
.... /.... /				
.... /.... /				
.... /.... /				
.... /.... /				
.... /.... /				
.... /.... /				
TOTAL				

YEAR	MAKE	MODEL

Date	ODOMETRE		TOTAL MILEAGE	NOTES
	START	END		
.... /.... /				
.... /.... /				
.... /.... /				
.... /.... /				
.... /.... /				
.... /.... /				
.... /.... /				
.... /.... /				
.... /.... /				
.... /.... /				
.... /.... /				
.... /.... /				
.... /.... /				
.... /.... /				
.... /.... /				
.... /.... /				
.... /.... /				
.... /.... /				
.... /.... /				
.... /.... /				
.... /.... /				
.... /.... /				
.... /.... /				
.... /.... /				
TOTAL				

YEAR	MAKE	MODEL

Date	ODOMETRE		TOTAL MILEAGE	NOTES
	START	END		
.... / .... /				
.... / .... /				
.... / .... /				
.... / .... /				
.... / .... /				
.... / .... /				
.... / .... /				
.... / .... /				
.... / .... /				
.... / .... /				
.... / .... /				
.... / .... /				
.... / .... /				
.... / .... /				
.... / .... /				
.... / .... /				
.... / .... /				
.... / .... /				
.... / .... /				
.... / .... /				
.... / .... /				
.... / .... /				
.... / .... /				
.... / .... /				
TOTAL				

YEAR	MAKE	MODEL

Date	ODOMETRE		TOTAL MILEAGE	NOTES
	START	END		
.... / .... /				
.... / .... /				
.... / .... /				
.... / .... /				
.... / .... /				
.... / .... /				
.... / .... /				
.... / .... /				
.... / .... /				
.... / .... /				
.... / .... /				
.... / .... /				
.... / .... /				
.... / .... /				
.... / .... /				
.... / .... /				
.... / .... /				
.... / .... /				
.... / .... /				
.... / .... /				
.... / .... /				
.... / .... /				
.... / .... /				
TOTAL				

YEAR	MAKE	MODEL

Date	ODOMETRE		TOTAL MILEAGE	NOTES
	START	END		
.... / .... /				
.... / .... /				
.... / .... /				
.... / .... /				
.... / .... /				
.... / .... /				
.... / .... /				
.... / .... /				
.... / .... /				
.... / .... /				
.... / .... /				
.... / .... /				
.... / .... /				
.... / .... /				
.... / .... /				
.... / .... /				
.... / .... /				
.... / .... /				
.... / .... /				
.... / .... /				
.... / .... /				
.... / .... /				
.... / .... /				
TOTAL				

YEAR	MAKE	MODEL

Date	ODOMETRE		TOTAL MILEAGE	NOTES
	START	END		
.... / .... /				
.... / .... /				
.... / .... /				
.... / .... /				
.... / .... /				
.... / .... /				
.... / .... /				
.... / .... /				
.... / .... /				
.... / .... /				
.... / .... /				
.... / .... /				
.... / .... /				
.... / .... /				
.... / .... /				
.... / .... /				
.... / .... /				
.... / .... /				
.... / .... /				
.... / .... /				
.... / .... /				
.... / .... /				
.... / .... /				
.... / .... /				
TOTAL				

YEAR	MAKE	MODEL

Date	ODOMETRE		TOTAL MILEAGE	NOTES
	START	END		
…. /…. / ……				
…. /…. / ……				
…. /…. / ……				
…. /…. / ……				
…. /…. / ……				
…. /…. / ……				
…. /…. / ……				
…. /…. / ……				
…. /…. / ……				
…. /…. / ……				
…. /…. / ……				
…. /…. / ……				
…. /…. / ……				
…. /…. / ……				
…. /…. / ……				
…. /…. / ……				
…. /…. / ……				
…. /…. / ……				
…. /…. / ……				
…. /…. / ……				
…. /…. / ……				
…. /…. / ……				
…. /…. / ……				
…. /…. / ……				
TOTAL				

YEAR	MAKE	MODEL

Date	ODOMETRE		TOTAL MILEAGE	NOTES
	START	END		
.... / .... /				
.... / .... /				
.... / .... /				
.... / .... /				
.... / .... /				
.... / .... /				
.... / .... /				
.... / .... /				
.... / .... /				
.... / .... /				
.... / .... /				
.... / .... /				
.... / .... /				
.... / .... /				
.... / .... /				
.... / .... /				
.... / .... /				
.... / .... /				
.... / .... /				
.... / .... /				
.... / .... /				
.... / .... /				
.... / .... /				
.... / .... /				
TOTAL				

YEAR	MAKE	MODEL

Date	ODOMETRE		TOTAL MILEAGE	NOTES
	START	END		
.... / .... /				
.... / .... /				
.... / .... /				
.... / .... /				
.... / .... /				
.... / .... /				
.... / .... /				
.... / .... /				
.... / .... /				
.... / .... /				
.... / .... /				
.... / .... /				
.... / .... /				
.... / .... /				
.... / .... /				
.... / .... /				
.... / .... /				
.... / .... /				
.... / .... /				
.... / .... /				
.... / .... /				
.... / .... /				
.... / .... /				
.... / .... /				
TOTAL				

YEAR	MAKE	MODEL

Date	ODOMETRE		TOTAL MILEAGE	NOTES
	START	END		
.... /.... /				
.... /.... /				
.... /.... /				
.... /.... /				
.... /.... /				
.... /.... /				
.... /.... /				
.... /.... /				
.... /.... /				
.... /.... /				
.... /.... /				
.... /.... /				
.... /.... /				
.... /.... /				
.... /.... /				
.... /.... /				
.... /.... /				
.... /.... /				
.... /.... /				
.... /.... /				
.... /.... /				
.... /.... /				
.... /.... /				
.... /.... /				
TOTAL				

YEAR	MAKE	MODEL

Date	ODOMETRE		TOTAL MILEAGE	NOTES
	START	END		
.... /.... /				
.... /.... /				
.... /.... /				
.... /.... /				
.... /.... /				
.... /.... /				
.... /.... /				
.... /.... /				
.... /.... /				
.... /.... /				
.... /.... /				
.... /.... /				
.... /.... /				
.... /.... /				
.... /.... /				
.... /.... /				
.... /.... /				
.... /.... /				
.... /.... /				
.... /.... /				
.... /.... /				
.... /.... /				
.... /.... /				
TOTAL				

YEAR	MAKE	MODEL

Date	ODOMETRE		TOTAL MILEAGE	NOTES
	START	END		
.... / .... /				
.... / .... /				
.... / .... /				
.... / .... /				
.... / .... /				
.... / .... /				
.... / .... /				
.... / .... /				
.... / .... /				
.... / .... /				
.... / .... /				
.... / .... /				
.... / .... /				
.... / .... /				
.... / .... /				
.... / .... /				
.... / .... /				
.... / .... /				
.... / .... /				
.... / .... /				
.... / .... /				
.... / .... /				
.... / .... /				
TOTAL				

YEAR	MAKE	MODEL

Date	ODOMETRE		TOTAL MILEAGE	NOTES
	START	END		
.... / .... /				
.... / .... /				
.... / .... /				
.... / .... /				
.... / .... /				
.... / .... /				
.... / .... /				
.... / .... /				
.... / .... /				
.... / .... /				
.... / .... /				
.... / .... /				
.... / .... /				
.... / .... /				
.... / .... /				
.... / .... /				
.... / .... /				
.... / .... /				
.... / .... /				
.... / .... /				
.... / .... /				
.... / .... /				
.... / .... /				
.... / .... /				
TOTAL				

YEAR	MAKE	MODEL

Date	ODOMETRE		TOTAL MILEAGE	NOTES
	START	END		
.... /.... /				
.... /.... /				
.... /.... /				
.... /.... /				
.... /.... /				
.... /.... /				
.... /.... /				
.... /.... /				
.... /.... /				
.... /.... /				
.... /.... /				
.... /.... /				
.... /.... /				
.... /.... /				
.... /.... /				
.... /.... /				
.... /.... /				
.... /.... /				
.... /.... /				
.... /.... /				
.... /.... /				
.... /.... /				
.... /.... /				
.... /.... /				
TOTAL				

YEAR	MAKE	MODEL

Date	ODOMETRE		TOTAL MILEAGE	NOTES
	START	END		
.... / .... /				
.... / .... /				
.... / .... /				
.... / .... /				
.... / .... /				
.... / .... /				
.... / .... /				
.... / .... /				
.... / .... /				
.... / .... /				
.... / .... /				
.... / .... /				
.... / .... /				
.... / .... /				
.... / .... /				
.... / .... /				
.... / .... /				
.... / .... /				
.... / .... /				
.... / .... /				
.... / .... /				
.... / .... /				
.... / .... /				
.... / .... /				
.... / .... /				
TOTAL				

YEAR	MAKE	MODEL

Date	ODOMETRE		TOTAL MILEAGE	NOTES
	START	END		
.... / .... /				
.... / .... /				
.... / .... /				
.... / .... /				
.... / .... /				
.... / .... /				
.... / .... /				
.... / .... /				
.... / .... /				
.... / .... /				
.... / .... /				
.... / .... /				
.... / .... /				
.... / .... /				
.... / .... /				
.... / .... /				
.... / .... /				
.... / .... /				
.... / .... /				
.... / .... /				
.... / .... /				
.... / .... /				
.... / .... /				
.... / .... /				
.... / .... /				
TOTAL				

YEAR	MAKE	MODEL

Date	ODOMETRE		TOTAL MILEAGE	NOTES
	START	END		
.... /.... /				
.... /.... /				
.... /.... /				
.... /.... /				
.... /.... /				
.... /.... /				
.... /.... /				
.... /.... /				
.... /.... /				
.... /.... /				
.... /.... /				
.... /.... /				
.... /.... /				
.... /.... /				
.... /.... /				
.... /.... /				
.... /.... /				
.... /.... /				
.... /.... /				
.... /.... /				
.... /.... /				
.... /.... /				
.... /.... /				
TOTAL				

YEAR	MAKE	MODEL

Date	ODOMETRE		TOTAL MILEAGE	NOTES
	START	END		
.... /.... /				
.... /.... /				
.... /.... /				
.... /.... /				
.... /.... /				
.... /.... /				
.... /.... /				
.... /.... /				
.... /.... /				
.... /.... /				
.... /.... /				
.... /.... /				
.... /.... /				
.... /.... /				
.... /.... /				
.... /.... /				
.... /.... /				
.... /.... /				
.... /.... /				
.... /.... /				
.... /.... /				
.... /.... /				
.... /.... /				
.... /.... /				
TOTAL				

YEAR	MAKE	MODEL

Date	ODOMETRE		TOTAL MILEAGE	NOTES
	START	END		
.... /.... /				
.... /.... /				
.... /.... /				
.... /.... /				
.... /.... /				
.... /.... /				
.... /.... /				
.... /.... /				
.... /.... /				
.... /.... /				
.... /.... /				
.... /.... /				
.... /.... /				
.... /.... /				
.... /.... /				
.... /.... /				
.... /.... /				
.... /.... /				
.... /.... /				
.... /.... /				
.... /.... /				
.... /.... /				
.... /.... /				
.... /.... /				
TOTAL				

YEAR	MAKE	MODEL

Date	ODOMETRE		TOTAL MILEAGE	NOTES
	START	END		
.... /.... /				
.... /.... /				
.... /.... /				
.... /.... /				
.... /.... /				
.... /.... /				
.... /.... /				
.... /.... /				
.... /.... /				
.... /.... /				
.... /.... /				
.... /.... /				
.... /.... /				
.... /.... /				
.... /.... /				
.... /.... /				
.... /.... /				
.... /.... /				
.... /.... /				
.... /.... /				
.... /.... /				
.... /.... /				
.... /.... /				
.... /.... /				
TOTAL				

YEAR	MAKE	MODEL

Date	ODOMETRE		TOTAL MILEAGE	NOTES
	START	END		
.... /.... /				
.... /.... /				
.... /.... /				
.... /.... /				
.... /.... /				
.... /.... /				
.... /.... /				
.... /.... /				
.... /.... /				
.... /.... /				
.... /.... /				
.... /.... /				
.... /.... /				
.... /.... /				
.... /.... /				
.... /.... /				
.... /.... /				
.... /.... /				
.... /.... /				
.... /.... /				
.... /.... /				
.... /.... /				
.... /.... /				
TOTAL				

YEAR	MAKE	MODEL

Date	ODOMETRE		TOTAL MILEAGE	NOTES
	START	END		
.... /.... /				
.... /.... /				
.... /.... /				
.... /.... /				
.... /.... /				
.... /.... /				
.... /.... /				
.... /.... /				
.... /.... /				
.... /.... /				
.... /.... /				
.... /.... /				
.... /.... /				
.... /.... /				
.... /.... /				
.... /.... /				
.... /.... /				
.... /.... /				
.... /.... /				
.... /.... /				
.... /.... /				
.... /.... /				
.... /.... /				
.... /.... /				
TOTAL				

YEAR	MAKE	MODEL

Date	ODOMETRE		TOTAL MILEAGE	NOTES
	START	END		
.... /.... /				
.... /.... /				
.... /.... /				
.... /.... /				
.... /.... /				
.... /.... /				
.... /.... /				
.... /.... /				
.... /.... /				
.... /.... /				
.... /.... /				
.... /.... /				
.... /.... /				
.... /.... /				
.... /.... /				
.... /.... /				
.... /.... /				
.... /.... /				
.... /.... /				
.... /.... /				
.... /.... /				
.... /.... /				
.... /.... /				
TOTAL				

YEAR	MAKE	MODEL

Date	ODOMETRE		TOTAL MILEAGE	NOTES
	START	END		
.... /.... /				
.... /.... /				
.... /.... /				
.... /.... /				
.... /.... /				
.... /.... /				
.... /.... /				
.... /.... /				
.... /.... /				
.... /.... /				
.... /.... /				
.... /.... /				
.... /.... /				
.... /.... /				
.... /.... /				
.... /.... /				
.... /.... /				
.... /.... /				
.... /.... /				
.... /.... /				
.... /.... /				
.... /.... /				
.... /.... /				
TOTAL				

YEAR	MAKE	MODEL

Date	ODOMETRE		TOTAL MILEAGE	NOTES
	START	END		
.... /.... /				
.... /.... /				
.... /.... /				
.... /.... /				
.... /.... /				
.... /.... /				
.... /.... /				
.... /.... /				
.... /.... /				
.... /.... /				
.... /.... /				
.... /.... /				
.... /.... /				
.... /.... /				
.... /.... /				
.... /.... /				
.... /.... /				
.... /.... /				
.... /.... /				
.... /.... /				
.... /.... /				
.... /.... /				
.... /.... /				
.... /.... /				
TOTAL				

YEAR	MAKE	MODEL

Date	ODOMETRE		TOTAL MILEAGE	NOTES
	START	END		
.... /.... /				
.... /.... /				
.... /.... /				
.... /.... /				
.... /.... /				
.... /.... /				
.... /.... /				
.... /.... /				
.... /.... /				
.... /.... /				
.... /.... /				
.... /.... /				
.... /.... /				
.... /.... /				
.... /.... /				
.... /.... /				
.... /.... /				
.... /.... /				
.... /.... /				
.... /.... /				
.... /.... /				
.... /.... /				
.... /.... /				
.... /.... /				
.... /.... /				
TOTAL				

YEAR	MAKE	MODEL

Date	ODOMETRE		TOTAL MILEAGE	NOTES
	START	END		
.... / .... /				
.... / .... /				
.... / .... /				
.... / .... /				
.... / .... /				
.... / .... /				
.... / .... /				
.... / .... /				
.... / .... /				
.... / .... /				
.... / .... /				
.... / .... /				
.... / .... /				
.... / .... /				
.... / .... /				
.... / .... /				
.... / .... /				
.... / .... /				
.... / .... /				
.... / .... /				
.... / .... /				
.... / .... /				
.... / .... /				
.... / .... /				
TOTAL				

YEAR	MAKE	MODEL

Date	ODOMETRE		TOTAL MILEAGE	NOTES
	START	END		
.... / .... /				
.... / .... /				
.... / .... /				
.... / .... /				
.... / .... /				
.... / .... /				
.... / .... /				
.... / .... /				
.... / .... /				
.... / .... /				
.... / .... /				
.... / .... /				
.... / .... /				
.... / .... /				
.... / .... /				
.... / .... /				
.... / .... /				
.... / .... /				
.... / .... /				
.... / .... /				
.... / .... /				
.... / .... /				
.... / .... /				
.... / .... /				
TOTAL				

YEAR	MAKE	MODEL

Date	ODOMETRE		TOTAL MILEAGE	NOTES
	START	END		
.... /.... /				
.... /.... /				
.... /.... /				
.... /.... /				
.... /.... /				
.... /.... /				
.... /.... /				
.... /.... /				
.... /.... /				
.... /.... /				
.... /.... /				
.... /.... /				
.... /.... /				
.... /.... /				
.... /.... /				
.... /.... /				
.... /.... /				
.... /.... /				
.... /.... /				
.... /.... /				
.... /.... /				
.... /.... /				
.... /.... /				
.... /.... /				
TOTAL				

YEAR	MAKE	MODEL

Date	ODOMETRE		TOTAL MILEAGE	NOTES
	START	END		
.... /.... /				
.... /.... /				
.... /.... /				
.... /.... /				
.... /.... /				
.... /.... /				
.... /.... /				
.... /.... /				
.... /.... /				
.... /.... /				
.... /.... /				
.... /.... /				
.... /.... /				
.... /.... /				
.... /.... /				
.... /.... /				
.... /.... /				
.... /.... /				
.... /.... /				
.... /.... /				
.... /.... /				
.... /.... /				
.... /.... /				
.... /.... /				
TOTAL				

YEAR	MAKE	MODEL

Date	ODOMETRE		TOTAL MILEAGE	NOTES
	START	END		
.... / .... /				
.... / .... /				
.... / .... /				
.... / .... /				
.... / .... /				
.... / .... /				
.... / .... /				
.... / .... /				
.... / .... /				
.... / .... /				
.... / .... /				
.... / .... /				
.... / .... /				
.... / .... /				
.... / .... /				
.... / .... /				
.... / .... /				
.... / .... /				
.... / .... /				
.... / .... /				
.... / .... /				
.... / .... /				
.... / .... /				
.... / .... /				
TOTAL				

YEAR	MAKE	MODEL

Date	ODOMETRE		TOTAL MILEAGE	NOTES
	START	END		
.... / .... /				
.... / .... /				
.... / .... /				
.... / .... /				
.... / .... /				
.... / .... /				
.... / .... /				
.... / .... /				
.... / .... /				
.... / .... /				
.... / .... /				
.... / .... /				
.... / .... /				
.... / .... /				
.... / .... /				
.... / .... /				
.... / .... /				
.... / .... /				
.... / .... /				
.... / .... /				
.... / .... /				
.... / .... /				
.... / .... /				
.... / .... /				
TOTAL				

YEAR	MAKE	MODEL

Date	ODOMETRE		TOTAL MILEAGE	NOTES
	START	END		
.... / .... /				
.... / .... /				
.... / .... /				
.... / .... /				
.... / .... /				
.... / .... /				
.... / .... /				
.... / .... /				
.... / .... /				
.... / .... /				
.... / .... /				
.... / .... /				
.... / .... /				
.... / .... /				
.... / .... /				
.... / .... /				
.... / .... /				
.... / .... /				
.... / .... /				
.... / .... /				
.... / .... /				
.... / .... /				
.... / .... /				
.... / .... /				
TOTAL				

YEAR	MAKE	MODEL

Date	ODOMETRE		TOTAL MILEAGE	NOTES
	START	END		
.... / .... /				
.... / .... /				
.... / .... /				
.... / .... /				
.... / .... /				
.... / .... /				
.... / .... /				
.... / .... /				
.... / .... /				
.... / .... /				
.... / .... /				
.... / .... /				
.... / .... /				
.... / .... /				
.... / .... /				
.... / .... /				
.... / .... /				
.... / .... /				
.... / .... /				
.... / .... /				
.... / .... /				
.... / .... /				
.... / .... /				
.... / .... /				
TOTAL				

YEAR	MAKE	MODEL

Date	ODOMETRE		TOTAL MILEAGE	NOTES
	START	END		
.... / .... /				
.... / .... /				
.... / .... /				
.... / .... /				
.... / .... /				
.... / .... /				
.... / .... /				
.... / .... /				
.... / .... /				
.... / .... /				
.... / .... /				
.... / .... /				
.... / .... /				
.... / .... /				
.... / .... /				
.... / .... /				
.... / .... /				
.... / .... /				
.... / .... /				
.... / .... /				
.... / .... /				
.... / .... /				
.... / .... /				
.... / .... /				
TOTAL				

YEAR	MAKE	MODEL

Date	ODOMETRE		TOTAL MILEAGE	NOTES
	START	END		
.... /.... /				
.... /.... /				
.... /.... /				
.... /.... /				
.... /.... /				
.... /.... /				
.... /.... /				
.... /.... /				
.... /.... /				
.... /.... /				
.... /.... /				
.... /.... /				
.... /.... /				
.... /.... /				
.... /.... /				
.... /.... /				
.... /.... /				
.... /.... /				
.... /.... /				
.... /.... /				
.... /.... /				
.... /.... /				
.... /.... /				
TOTAL				

YEAR	MAKE	MODEL

Date	ODOMETRE		TOTAL MILEAGE	NOTES
	START	END		
.... /.... /				
.... /.... /				
.... /.... /				
.... /.... /				
.... /.... /				
.... /.... /				
.... /.... /				
.... /.... /				
.... /.... /				
.... /.... /				
.... /.... /				
.... /.... /				
.... /.... /				
.... /.... /				
.... /.... /				
.... /.... /				
.... /.... /				
.... /.... /				
.... /.... /				
.... /.... /				
.... /.... /				
.... /.... /				
.... /.... /				
.... /.... /				
TOTAL				

YEAR	MAKE	MODEL

Date	ODOMETRE		TOTAL MILEAGE	NOTES
	START	END		
.... /.... /				
.... /.... /				
.... /.... /				
.... /.... /				
.... /.... /				
.... /.... /				
.... /.... /				
.... /.... /				
.... /.... /				
.... /.... /				
.... /.... /				
.... /.... /				
.... /.... /				
.... /.... /				
.... /.... /				
.... /.... /				
.... /.... /				
.... /.... /				
.... /.... /				
.... /.... /				
.... /.... /				
.... /.... /				
.... /.... /				
.... /.... /				
TOTAL				

YEAR	MAKE	MODEL

Date	ODOMETRE		TOTAL MILEAGE	NOTES
	START	END		
.... /.... /				
.... /.... /				
.... /.... /				
.... /.... /				
.... /.... /				
.... /.... /				
.... /.... /				
.... /.... /				
.... /.... /				
.... /.... /				
.... /.... /				
.... /.... /				
.... /.... /				
.... /.... /				
.... /.... /				
.... /.... /				
.... /.... /				
.... /.... /				
.... /.... /				
.... /.... /				
.... /.... /				
.... /.... /				
.... /.... /				
.... /.... /				
TOTAL				

YEAR	MAKE	MODEL

Date	ODOMETRE		TOTAL MILEAGE	NOTES
	START	END		
.... /.... /				
.... /.... /				
.... /.... /				
.... /.... /				
.... /.... /				
.... /.... /				
.... /.... /				
.... /.... /				
.... /.... /				
.... /.... /				
.... /.... /				
.... /.... /				
.... /.... /				
.... /.... /				
.... /.... /				
.... /.... /				
.... /.... /				
.... /.... /				
.... /.... /				
.... /.... /				
.... /.... /				
.... /.... /				
.... /.... /				
.... /.... /				
TOTAL				

YEAR	MAKE	MODEL

Date	ODOMETRE		TOTAL MILEAGE	NOTES
	START	END		
.... / .... /				
.... / .... /				
.... / .... /				
.... / .... /				
.... / .... /				
.... / .... /				
.... / .... /				
.... / .... /				
.... / .... /				
.... / .... /				
.... / .... /				
.... / .... /				
.... / .... /				
.... / .... /				
.... / .... /				
.... / .... /				
.... / .... /				
.... / .... /				
.... / .... /				
.... / .... /				
.... / .... /				
.... / .... /				
.... / .... /				
.... / .... /				
TOTAL				

YEAR	MAKE	MODEL

Date	ODOMETRE		TOTAL MILEAGE	NOTES
	START	END		
.... /.... /				
.... /.... /				
.... /.... /				
.... /.... /				
.... /.... /				
.... /.... /				
.... /.... /				
.... /.... /				
.... /.... /				
.... /.... /				
.... /.... /				
.... /.... /				
.... /.... /				
.... /.... /				
.... /.... /				
.... /.... /				
.... /.... /				
.... /.... /				
.... /.... /				
.... /.... /				
.... /.... /				
.... /.... /				
.... /.... /				
.... /.... /				
TOTAL				

YEAR	MAKE	MODEL

Date	ODOMETRE		TOTAL MILEAGE	NOTES
	START	END		
.... /.... /				
.... /.... /				
.... /.... /				
.... /.... /				
.... /.... /				
.... /.... /				
.... /.... /				
.... /.... /				
.... /.... /				
.... /.... /				
.... /.... /				
.... /.... /				
.... /.... /				
.... /.... /				
.... /.... /				
.... /.... /				
.... /.... /				
.... /.... /				
.... /.... /				
.... /.... /				
.... /.... /				
.... /.... /				
.... /.... /				
.... /.... /				
TOTAL				

YEAR	MAKE	MODEL

Date	ODOMETRE		TOTAL MILEAGE	NOTES
	START	END		
.... /.... /				
.... /.... /				
.... /.... /				
.... /.... /				
.... /.... /				
.... /.... /				
.... /.... /				
.... /.... /				
.... /.... /				
.... /.... /				
.... /.... /				
.... /.... /				
.... /.... /				
.... /.... /				
.... /.... /				
.... /.... /				
.... /.... /				
.... /.... /				
.... /.... /				
.... /.... /				
.... /.... /				
.... /.... /				
.... /.... /				
.... /.... /				
TOTAL				

YEAR	MAKE	MODEL

Date	ODOMETRE		TOTAL MILEAGE	NOTES
	START	END		
.... /.... /				
.... /.... /				
.... /.... /				
.... /.... /				
.... /.... /				
.... /.... /				
.... /.... /				
.... /.... /				
.... /.... /				
.... /.... /				
.... /.... /				
.... /.... /				
.... /.... /				
.... /.... /				
.... /.... /				
.... /.... /				
.... /.... /				
.... /.... /				
.... /.... /				
.... /.... /				
.... /.... /				
.... /.... /				
.... /.... /				
.... /.... /				
.... /.... /				
TOTAL				

YEAR	MAKE	MODEL

Date	ODOMETRE		TOTAL MILEAGE	NOTES
	START	END		
.... / .... /				
.... / .... /				
.... / .... /				
.... / .... /				
.... / .... /				
.... / .... /				
.... / .... /				
.... / .... /				
.... / .... /				
.... / .... /				
.... / .... /				
.... / .... /				
.... / .... /				
.... / .... /				
.... / .... /				
.... / .... /				
.... / .... /				
.... / .... /				
.... / .... /				
.... / .... /				
.... / .... /				
.... / .... /				
.... / .... /				
.... / .... /				
TOTAL				

YEAR	MAKE	MODEL

Date	ODOMETRE		TOTAL MILEAGE	NOTES
	START	END		
.... / .... /				
.... / .... /				
.... / .... /				
.... / .... /				
.... / .... /				
.... / .... /				
.... / .... /				
.... / .... /				
.... / .... /				
.... / .... /				
.... / .... /				
.... / .... /				
.... / .... /				
.... / .... /				
.... / .... /				
.... / .... /				
.... / .... /				
.... / .... /				
.... / .... /				
.... / .... /				
.... / .... /				
.... / .... /				
.... / .... /				
.... / .... /				
TOTAL				

YEAR	MAKE	MODEL

Date	ODOMETRE		TOTAL MILEAGE	NOTES
	START	END		
.... /.... /				
.... /.... /				
.... /.... /				
.... /.... /				
.... /.... /				
.... /.... /				
.... /.... /				
.... /.... /				
.... /.... /				
.... /.... /				
.... /.... /				
.... /.... /				
.... /.... /				
.... /.... /				
.... /.... /				
.... /.... /				
.... /.... /				
.... /.... /				
.... /.... /				
.... /.... /				
.... /.... /				
.... /.... /				
.... /.... /				
TOTAL				

YEAR	MAKE	MODEL

Date	ODOMETRE		TOTAL MILEAGE	NOTES
	START	END		
.... / .... /				
.... / .... /				
.... / .... /				
.... / .... /				
.... / .... /				
.... / .... /				
.... / .... /				
.... / .... /				
.... / .... /				
.... / .... /				
.... / .... /				
.... / .... /				
.... / .... /				
.... / .... /				
.... / .... /				
.... / .... /				
.... / .... /				
.... / .... /				
.... / .... /				
.... / .... /				
.... / .... /				
.... / .... /				
.... / .... /				
.... / .... /				
TOTAL				

YEAR	MAKE	MODEL

Date	ODOMETRE		TOTAL MILEAGE	NOTES
	START	END		
.... /.... /				
.... /.... /				
.... /.... /				
.... /.... /				
.... /.... /				
.... /.... /				
.... /.... /				
.... /.... /				
.... /.... /				
.... /.... /				
.... /.... /				
.... /.... /				
.... /.... /				
.... /.... /				
.... /.... /				
.... /.... /				
.... /.... /				
.... /.... /				
.... /.... /				
.... /.... /				
.... /.... /				
.... /.... /				
.... /.... /				
.... /.... /				
TOTAL				

YEAR	MAKE	MODEL

Date	ODOMETRE		TOTAL MILEAGE	NOTES
	START	END		
.... / .... /				
.... / .... /				
.... / .... /				
.... / .... /				
.... / .... /				
.... / .... /				
.... / .... /				
.... / .... /				
.... / .... /				
.... / .... /				
.... / .... /				
.... / .... /				
.... / .... /				
.... / .... /				
.... / .... /				
.... / .... /				
.... / .... /				
.... / .... /				
.... / .... /				
.... / .... /				
.... / .... /				
.... / .... /				
.... / .... /				
TOTAL				

YEAR	MAKE	MODEL

Date	ODOMETRE		TOTAL MILEAGE	NOTES
	START	END		
.... / .... /				
.... / .... /				
.... / .... /				
.... / .... /				
.... / .... /				
.... / .... /				
.... / .... /				
.... / .... /				
.... / .... /				
.... / .... /				
.... / .... /				
.... / .... /				
.... / .... /				
.... / .... /				
.... / .... /				
.... / .... /				
.... / .... /				
.... / .... /				
.... / .... /				
.... / .... /				
.... / .... /				
.... / .... /				
.... / .... /				
TOTAL				

YEAR	MAKE	MODEL

Date	ODOMETRE		TOTAL MILEAGE	NOTES
	START	END		
.... / .... /				
.... / .... /				
.... / .... /				
.... / .... /				
.... / .... /				
.... / .... /				
.... / .... /				
.... / .... /				
.... / .... /				
.... / .... /				
.... / .... /				
.... / .... /				
.... / .... /				
.... / .... /				
.... / .... /				
.... / .... /				
.... / .... /				
.... / .... /				
.... / .... /				
.... / .... /				
.... / .... /				
.... / .... /				
.... / .... /				
.... / .... /				
TOTAL				

YEAR	MAKE	MODEL

Date	ODOMETRE		TOTAL MILEAGE	NOTES
	START	END		
.... / .... /				
.... / .... /				
.... / .... /				
.... / .... /				
.... / .... /				
.... / .... /				
.... / .... /				
.... / .... /				
.... / .... /				
.... / .... /				
.... / .... /				
.... / .... /				
.... / .... /				
.... / .... /				
.... / .... /				
.... / .... /				
.... / .... /				
.... / .... /				
.... / .... /				
.... / .... /				
.... / .... /				
.... / .... /				
.... / .... /				
TOTAL				

YEAR	MAKE	MODEL

Date	ODOMETRE		TOTAL MILEAGE	NOTES
	START	END		
.... /.... /				
.... /.... /				
.... /.... /				
.... /.... /				
.... /.... /				
.... /.... /				
.... /.... /				
.... /.... /				
.... /.... /				
.... /.... /				
.... /.... /				
.... /.... /				
.... /.... /				
.... /.... /				
.... /.... /				
.... /.... /				
.... /.... /				
.... /.... /				
.... /.... /				
.... /.... /				
.... /.... /				
.... /.... /				
.... /.... /				
.... /.... /				
TOTAL				

YEAR	MAKE	MODEL

Date	ODOMETRE		TOTAL MILEAGE	NOTES
	START	END		
.... /.... /				
.... /.... /				
.... /.... /				
.... /.... /				
.... /.... /				
.... /.... /				
.... /.... /				
.... /.... /				
.... /.... /				
.... /.... /				
.... /.... /				
.... /.... /				
.... /.... /				
.... /.... /				
.... /.... /				
.... /.... /				
.... /.... /				
.... /.... /				
.... /.... /				
.... /.... /				
.... /.... /				
.... /.... /				
.... /.... /				
.... /.... /				
TOTAL				

YEAR	MAKE	MODEL

Date	ODOMETRE		TOTAL MILEAGE	NOTES
	START	END		
.... /.... /				
.... /.... /				
.... /.... /				
.... /.... /				
.... /.... /				
.... /.... /				
.... /.... /				
.... /.... /				
.... /.... /				
.... /.... /				
.... /.... /				
.... /.... /				
.... /.... /				
.... /.... /				
.... /.... /				
.... /.... /				
.... /.... /				
.... /.... /				
.... /.... /				
.... /.... /				
.... /.... /				
.... /.... /				
.... /.... /				
TOTAL				

YEAR	MAKE	MODEL

Date	ODOMETRE		TOTAL MILEAGE	NOTES
	START	END		
.... /.... /				
.... /.... /				
.... /.... /				
.... /.... /				
.... /.... /				
.... /.... /				
.... /.... /				
.... /.... /				
.... /.... /				
.... /.... /				
.... /.... /				
.... /.... /				
.... /.... /				
.... /.... /				
.... /.... /				
.... /.... /				
.... /.... /				
.... /.... /				
.... /.... /				
.... /.... /				
.... /.... /				
.... /.... /				
.... /.... /				
TOTAL				

YEAR	MAKE	MODEL

Date	ODOMETRE		TOTAL MILEAGE	NOTES
	START	END		
.... /.... /				
.... /.... /				
.... /.... /				
.... /.... /				
.... /.... /				
.... /.... /				
.... /.... /				
.... /.... /				
.... /.... /				
.... /.... /				
.... /.... /				
.... /.... /				
.... /.... /				
.... /.... /				
.... /.... /				
.... /.... /				
.... /.... /				
.... /.... /				
.... /.... /				
.... /.... /				
.... /.... /				
.... /.... /				
.... /.... /				
.... /.... /				
TOTAL				

YEAR	MAKE	MODEL

Date	ODOMETRE		TOTAL MILEAGE	NOTES
	START	END		
.... /.... /				
.... /.... /				
.... /.... /				
.... /.... /				
.... /.... /				
.... /.... /				
.... /.... /				
.... /.... /				
.... /.... /				
.... /.... /				
.... /.... /				
.... /.... /				
.... /.... /				
.... /.... /				
.... /.... /				
.... /.... /				
.... /.... /				
.... /.... /				
.... /.... /				
.... /.... /				
.... /.... /				
.... /.... /				
.... /.... /				
.... /.... /				
TOTAL				

YEAR	MAKE	MODEL

Date	ODOMETRE		TOTAL MILEAGE	NOTES
	START	END		
.... /.... /				
.... /.... /				
.... /.... /				
.... /.... /				
.... /.... /				
.... /.... /				
.... /.... /				
.... /.... /				
.... /.... /				
.... /.... /				
.... /.... /				
.... /.... /				
.... /.... /				
.... /.... /				
.... /.... /				
.... /.... /				
.... /.... /				
.... /.... /				
.... /.... /				
.... /.... /				
.... /.... /				
.... /.... /				
.... /.... /				
TOTAL				

YEAR	MAKE	MODEL

Date	ODOMETRE		TOTAL MILEAGE	NOTES
	START	END		
.... /.... /				
.... /.... /				
.... /.... /				
.... /.... /				
.... /.... /				
.... /.... /				
.... /.... /				
.... /.... /				
.... /.... /				
.... /.... /				
.... /.... /				
.... /.... /				
.... /.... /				
.... /.... /				
.... /.... /				
.... /.... /				
.... /.... /				
.... /.... /				
.... /.... /				
.... /.... /				
.... /.... /				
.... /.... /				
.... /.... /				
.... /.... /				
TOTAL				

YEAR	MAKE	MODEL

Date	ODOMETRE		TOTAL MILEAGE	NOTES
	START	END		
.... / .... /				
.... / .... /				
.... / .... /				
.... / .... /				
.... / .... /				
.... / .... /				
.... / .... /				
.... / .... /				
.... / .... /				
.... / .... /				
.... / .... /				
.... / .... /				
.... / .... /				
.... / .... /				
.... / .... /				
.... / .... /				
.... / .... /				
.... / .... /				
.... / .... /				
.... / .... /				
.... / .... /				
.... / .... /				
.... / .... /				
.... / .... /				
TOTAL				

YEAR	MAKE	MODEL

Date	ODOMETRE		TOTAL MILEAGE	NOTES
	START	END		
.... /.... /				
.... /.... /				
.... /.... /				
.... /.... /				
.... /.... /				
.... /.... /				
.... /.... /				
.... /.... /				
.... /.... /				
.... /.... /				
.... /.... /				
.... /.... /				
.... /.... /				
.... /.... /				
.... /.... /				
.... /.... /				
.... /.... /				
.... /.... /				
.... /.... /				
.... /.... /				
.... /.... /				
.... /.... /				
.... /.... /				
.... /.... /				
TOTAL				

YEAR	MAKE	MODEL

Date	ODOMETRE		TOTAL MILEAGE	NOTES
	START	END		
.... /.... /				
.... /.... /				
.... /.... /				
.... /.... /				
.... /.... /				
.... /.... /				
.... /.... /				
.... /.... /				
.... /.... /				
.... /.... /				
.... /.... /				
.... /.... /				
.... /.... /				
.... /.... /				
.... /.... /				
.... /.... /				
.... /.... /				
.... /.... /				
.... /.... /				
.... /.... /				
.... /.... /				
.... /.... /				
.... /.... /				
.... /.... /				
TOTAL				

YEAR	MAKE	MODEL

Date	ODOMETRE		TOTAL MILEAGE	NOTES
	START	END		
.... /.... /				
.... /.... /				
.... /.... /				
.... /.... /				
.... /.... /				
.... /.... /				
.... /.... /				
.... /.... /				
.... /.... /				
.... /.... /				
.... /.... /				
.... /.... /				
.... /.... /				
.... /.... /				
.... /.... /				
.... /.... /				
.... /.... /				
.... /.... /				
.... /.... /				
.... /.... /				
.... /.... /				
.... /.... /				
.... /.... /				
.... /.... /				
TOTAL				

YEAR	MAKE	MODEL

Date	ODOMETRE		TOTAL MILEAGE	NOTES
	START	END		
.... /.... /				
.... /.... /				
.... /.... /				
.... /.... /				
.... /.... /				
.... /.... /				
.... /.... /				
.... /.... /				
.... /.... /				
.... /.... /				
.... /.... /				
.... /.... /				
.... /.... /				
.... /.... /				
.... /.... /				
.... /.... /				
.... /.... /				
.... /.... /				
.... /.... /				
.... /.... /				
.... /.... /				
.... /.... /				
.... /.... /				
.... /.... /				
TOTAL				

YEAR	MAKE	MODEL

Date	ODOMETRE		TOTAL MILEAGE	NOTES
	START	END		
.... /.... /				
.... /.... /				
.... /.... /				
.... /.... /				
.... /.... /				
.... /.... /				
.... /.... /				
.... /.... /				
.... /.... /				
.... /.... /				
.... /.... /				
.... /.... /				
.... /.... /				
.... /.... /				
.... /.... /				
.... /.... /				
.... /.... /				
.... /.... /				
.... /.... /				
.... /.... /				
.... /.... /				
.... /.... /				
.... /.... /				
.... /.... /				
TOTAL				

YEAR	MAKE	MODEL

Date	ODOMETRE		TOTAL MILEAGE	NOTES
	START	END		
.... / .... /				
.... / .... /				
.... / .... /				
.... / .... /				
.... / .... /				
.... / .... /				
.... / .... /				
.... / .... /				
.... / .... /				
.... / .... /				
.... / .... /				
.... / .... /				
.... / .... /				
.... / .... /				
.... / .... /				
.... / .... /				
.... / .... /				
.... / .... /				
.... / .... /				
.... / .... /				
.... / .... /				
.... / .... /				
.... / .... /				
.... / .... /				
TOTAL				

YEAR	MAKE	MODEL

Date	ODOMETRE		TOTAL MILEAGE	NOTES
	START	END		
.... /.... /				
.... /.... /				
.... /.... /				
.... /.... /				
.... /.... /				
.... /.... /				
.... /.... /				
.... /.... /				
.... /.... /				
.... /.... /				
.... /.... /				
.... /.... /				
.... /.... /				
.... /.... /				
.... /.... /				
.... /.... /				
.... /.... /				
.... /.... /				
.... /.... /				
.... /.... /				
.... /.... /				
.... /.... /				
.... /.... /				
.... /.... /				
TOTAL				

YEAR	MAKE	MODEL

Date	ODOMETRE		TOTAL MILEAGE	NOTES
	START	END		
.... / .... /				
.... / .... /				
.... / .... /				
.... / .... /				
.... / .... /				
.... / .... /				
.... / .... /				
.... / .... /				
.... / .... /				
.... / .... /				
.... / .... /				
.... / .... /				
.... / .... /				
.... / .... /				
.... / .... /				
.... / .... /				
.... / .... /				
.... / .... /				
.... / .... /				
.... / .... /				
.... / .... /				
.... / .... /				
.... / .... /				
.... / .... /				
TOTAL				

YEAR	MAKE	MODEL

Date	ODOMETRE		TOTAL MILEAGE	NOTES
	START	END		
.... /.... /				
.... /.... /				
.... /.... /				
.... /.... /				
.... /.... /				
.... /.... /				
.... /.... /				
.... /.... /				
.... /.... /				
.... /.... /				
.... /.... /				
.... /.... /				
.... /.... /				
.... /.... /				
.... /.... /				
.... /.... /				
.... /.... /				
.... /.... /				
.... /.... /				
.... /.... /				
.... /.... /				
.... /.... /				
.... /.... /				
.... /.... /				
TOTAL				

YEAR	MAKE	MODEL

Date	ODOMETRE		TOTAL MILEAGE	NOTES
	START	END		
.... /.... /				
.... /.... /				
.... /.... /				
.... /.... /				
.... /.... /				
.... /.... /				
.... /.... /				
.... /.... /				
.... /.... /				
.... /.... /				
.... /.... /				
.... /.... /				
.... /.... /				
.... /.... /				
.... /.... /				
.... /.... /				
.... /.... /				
.... /.... /				
.... /.... /				
.... /.... /				
.... /.... /				
.... /.... /				
.... /.... /				
TOTAL				

YEAR	MAKE	MODEL

Date	ODOMETRE		TOTAL MILEAGE	NOTES
	START	END		
.... /.... /				
.... /.... /				
.... /.... /				
.... /.... /				
.... /.... /				
.... /.... /				
.... /.... /				
.... /.... /				
.... /.... /				
.... /.... /				
.... /.... /				
.... /.... /				
.... /.... /				
.... /.... /				
.... /.... /				
.... /.... /				
.... /.... /				
.... /.... /				
.... /.... /				
.... /.... /				
.... /.... /				
.... /.... /				
.... /.... /				
.... /.... /				
TOTAL				

YEAR	MAKE	MODEL

Date	ODOMETRE		TOTAL MILEAGE	NOTES
	START	END		
.... / .... /				
.... / .... /				
.... / .... /				
.... / .... /				
.... / .... /				
.... / .... /				
.... / .... /				
.... / .... /				
.... / .... /				
.... / .... /				
.... / .... /				
.... / .... /				
.... / .... /				
.... / .... /				
.... / .... /				
.... / .... /				
.... / .... /				
.... / .... /				
.... / .... /				
.... / .... /				
.... / .... /				
.... / .... /				
.... / .... /				
TOTAL				

YEAR	MAKE	MODEL

Date	ODOMETRE		TOTAL MILEAGE	NOTES
	START	END		
.... /.... /				
.... /.... /				
.... /.... /				
.... /.... /				
.... /.... /				
.... /.... /				
.... /.... /				
.... /.... /				
.... /.... /				
.... /.... /				
.... /.... /				
.... /.... /				
.... /.... /				
.... /.... /				
.... /.... /				
.... /.... /				
.... /.... /				
.... /.... /				
.... /.... /				
.... /.... /				
.... /.... /				
.... /.... /				
.... /.... /				
TOTAL				

YEAR	MAKE	MODEL

Date	ODOMETRE		TOTAL MILEAGE	NOTES
	START	END		
.... /.... /				
.... /.... /				
.... /.... /				
.... /.... /				
.... /.... /				
.... /.... /				
.... /.... /				
.... /.... /				
.... /.... /				
.... /.... /				
.... /.... /				
.... /.... /				
.... /.... /				
.... /.... /				
.... /.... /				
.... /.... /				
.... /.... /				
.... /.... /				
.... /.... /				
.... /.... /				
.... /.... /				
.... /.... /				
.... /.... /				
TOTAL				

YEAR	MAKE	MODEL

Date	ODOMETRE		TOTAL MILEAGE	NOTES
	START	END		
.... /.... /				
.... /.... /				
.... /.... /				
.... /.... /				
.... /.... /				
.... /.... /				
.... /.... /				
.... /.... /				
.... /.... /				
.... /.... /				
.... /.... /				
.... /.... /				
.... /.... /				
.... /.... /				
.... /.... /				
.... /.... /				
.... /.... /				
.... /.... /				
.... /.... /				
.... /.... /				
.... /.... /				
.... /.... /				
.... /.... /				
.... /.... /				
.... /.... /				
TOTAL				

YEAR	MAKE	MODEL

Date	ODOMETRE		TOTAL MILEAGE	NOTES
	START	END		
.... /.... /				
.... /.... /				
.... /.... /				
.... /.... /				
.... /.... /				
.... /.... /				
.... /.... /				
.... /.... /				
.... /.... /				
.... /.... /				
.... /.... /				
.... /.... /				
.... /.... /				
.... /.... /				
.... /.... /				
.... /.... /				
.... /.... /				
.... /.... /				
.... /.... /				
.... /.... /				
.... /.... /				
.... /.... /				
.... /.... /				
.... /.... /				
TOTAL				

YEAR	MAKE	MODEL

Date	ODOMETRE		TOTAL MILEAGE	NOTES
	START	END		
.... /.... /				
.... /.... /				
.... /.... /				
.... /.... /				
.... /.... /				
.... /.... /				
.... /.... /				
.... /.... /				
.... /.... /				
.... /.... /				
.... /.... /				
.... /.... /				
.... /.... /				
.... /.... /				
.... /.... /				
.... /.... /				
.... /.... /				
.... /.... /				
.... /.... /				
.... /.... /				
.... /.... /				
.... /.... /				
.... /.... /				
.... /.... /				
TOTAL				

YEAR	MAKE	MODEL

Date	ODOMETRE		TOTAL MILEAGE	NOTES
	START	END		
.... /.... /				
.... /.... /				
.... /.... /				
.... /.... /				
.... /.... /				
.... /.... /				
.... /.... /				
.... /.... /				
.... /.... /				
.... /.... /				
.... /.... /				
.... /.... /				
.... /.... /				
.... /.... /				
.... /.... /				
.... /.... /				
.... /.... /				
.... /.... /				
.... /.... /				
.... /.... /				
.... /.... /				
.... /.... /				
.... /.... /				
.... /.... /				
TOTAL				

YEAR	MAKE	MODEL

Date	ODOMETRE		TOTAL MILEAGE	NOTES
	START	END		
.... / .... /				
.... / .... /				
.... / .... /				
.... / .... /				
.... / .... /				
.... / .... /				
.... / .... /				
.... / .... /				
.... / .... /				
.... / .... /				
.... / .... /				
.... / .... /				
.... / .... /				
.... / .... /				
.... / .... /				
.... / .... /				
.... / .... /				
.... / .... /				
.... / .... /				
.... / .... /				
.... / .... /				
.... / .... /				
.... / .... /				
.... / .... /				
TOTAL				

YEAR	MAKE	MODEL

Date	ODOMETRE		TOTAL MILEAGE	NOTES
	START	END		
.... / .... /				
.... / .... /				
.... / .... /				
.... / .... /				
.... / .... /				
.... / .... /				
.... / .... /				
.... / .... /				
.... / .... /				
.... / .... /				
.... / .... /				
.... / .... /				
.... / .... /				
.... / .... /				
.... / .... /				
.... / .... /				
.... / .... /				
.... / .... /				
.... / .... /				
.... / .... /				
.... / .... /				
.... / .... /				
.... / .... /				
TOTAL				

Made in the USA
Middletown, DE
11 October 2023

40609452R00070